Con Yêu Mẹ
I LOVE MY MOM

Shelley Admont
Minh họa: Sonal Goyal và Sumit Sakhuja

www.kidkiddos.com

Copyright©2014 by S. A. Publishing ©2017 by KidKiddos Books Ltd.

support@kidkiddos.com

Second edition 2018

Translated from English by Le An

Chuyển ngữ từ bản Tiếng Anh bởi Lê Hoài Ân

Library and Archives Canada Cataloguing in Publication

I Love My Mom (Vietnamese English Bilingual Edition)/ Shelley Admont

ISBN: 978-1-5259-1284-9 paperback

ISBN: 978-1-5259-0666-4 hardcover

ISBN: 978-1-5259-0061-7 eBook

KidKiddos Books

Dành tặng những người con thương yêu nhất -S.A.

For those I love the most-S. A.

Ngày mai là sinh nhật Thỏ mẹ. Thỏ con Jimmy và hai anh trai đang tụ tập to nhỏ với nhau trong phòng.

Tomorrow was Mom's birthday. The little bunny Jimmy and his two older brothers were whispering in their room.

"Nghĩ xem nào," anh thỏ cả nói. "Quà dành tặng Mẹ phải thật đặc biệt."

"Let's think," said the middle brother. "The present for Mom should be very special."

"Jimmy à, em luôn có nhiều ý tưởng hay," anh thỏ thứ hai thêm vào. "Em nghĩ sao?"

"Jimmy, you always have good ideas," added the oldest brother. "What do you think?"

"Ừm..." Jimmy bắt đầu suy nghĩ thật kỹ. Bỗng cậu reo lên, "Em có thể tặng mẹ món đồ chơi em thích nhất – là chiếc xe lửa của em!" Cậu lấy chiếc xe lửa ra khỏi hộp đồ chơi và đưa cho hai anh xem.

"Ahm..." Jimmy started thinking hard. Suddenly he exclaimed, "I can give her my favorite toy — my train!" He took the train out of the toy box and showed it to his brothers.

"Anh nghĩ là Mẹ không thích xe lửa của em đâu," anh thỏ cả nói. "Chúng ta cần ý tưởng khác. Phải là cái gì đó mà mẹ thật sự thích cơ."

"I don't think Mom wants your train," said the oldest brother. "We need another idea. Something that she will really like."

"Chúng ta có thể tặng sách cho mẹ," anh thỏ thứ hai vui vẻ reo lên.

"Oh, I have an idea," screamed the middle brother happily. "We can give her a book."

"Sách ư? Đấy là món quà tuyệt vời cho Mẹ đấy," anh thỏ cả hưởng ứng.

"A book? It's a perfect gift for Mom," replied the oldest brother.

"Vâng ạ, chúng ta có thể tặng mẹ quyền sách em thích nhất," anh thỏ thứ hai vừa nói vừa đến kệ sách.

"Yes, we can give her my favorite book," said the middle brother as he approached the bookshelf.

"Nhưng Mẹ thích sách trinh thám cơ," Jimmy buồn bã nói, *"mà cuốn này lại là sách thiếu nhi."*

"But Mom likes mystery books," said Jimmy sadly, "and this book is for kids."

"Anh nghĩ em nói đúng," anh thỏ thứ hai đồng ý. *"Vậy chúng ta nên làm gì bây giờ?"*

"I guess you're right," agreed his middle brother. "What should we do?"

Cả ba anh em nhà thỏ ngồi ngẩn người ra và lặng yên suy nghĩ, cuối cùng anh thỏ cả nói,

The three bunny brothers were sitting and thinking quietly, until the oldest brother finally said,

"Anh chỉ nghĩ đến duy nhất một điều thôi. Tặng cái gì mà chúng ta có thể tự tay làm ấy, một tấm thiệp chẳng hạn."

"There is only one thing that I can think of. Something that we can do by ourselves, like a card."

"Chúng ta có thể vẽ hàng triệu triệu trái tim," anh thỏ thứ hai nói.

"We can draw millions of millions of hearts and kisses," said the middle brother.

"Và nói cho Mẹ biết chúng ta yêu mẹ chừng nào," anh thỏ cả bổ sung.

"And tell Mom how much we love her," added the oldest brother.

Chúng rất háo hức và bắt tay vào làm ngay.

They all became very excited and started to work.

Cả ba anh em làm việc rất hăng say. Chúng cắt rồi dán, gấp rồi tô.

Three bunnies worked very hard. They cut and glued, folded and painted.

Jimmy và anh thỏ thứ hai vẽ những trái tim và nụ hôn. Khi đã xong, chúng còn vẽ thêm nhiều trái tim và nhiều nụ hôn nữa.

Jimmy and his middle brother drew hearts. When they finished, they added more hearts and even more kisses.

Rồi anh thỏ cả viết dòng chữ thật to:
Then the oldest brother wrote in large letters:

"Chúc mừng sinh nhật, Mẹ yêu! Chúng con yêu mẹ rấttttttt nhiều. Các con của mẹ."
"Happy birthday, Mommy! We love you soooooooo much. Your kids."

Cuối cùng, tấm thiệp đã hoàn tất. Jimmy mỉm cười.
Finally, the card was ready. Jimmy smiled.

"Em chắc là Mẹ sẽ thích nó lắm," cậu nói, quẹt quẹt đôi tay lem nhem vào quần.
"I'm sure Mom will like it," he said, wiping his dirty hands on his pants.

"Jimmy ơi, em đang làm gì thế?" anh thỏ cả hét lên. "Tay em đầy màu vẽ và hồ dán kìa , em không thấy à?"
"Jimmy," screamed the oldest brother. "Don't you see your hands are covered in paint and glue?"

"Ôi, trời..." Jimmy nói. "Em không để ý. Em xin lỗi!"
"Oh, oh..." said Jimmy. "I didn't notice. Sorry!"

"Giờ thì Mẹ phải giặt giũ vào ngày sinh nhật rồi," anh thỏ cả nói, nghiêm khắc nhìn Jimmy.

"Now Mom has to do laundry on her own birthday," added the oldest brother, looking at Jimmy strictly.

"Không đâu! Em sẽ không để điều đó xảy ra đâu!" Jimmy la lên. "Em sẽ tự đi giặt quần."

"No way! I won't let this happen!" exclaimed Jimmy. "I'll wash my pants myself." He headed into the bathroom.

Chúng cùng nhau giặt sạch màu và hồ dán dính trên quần của Jimmy rồi đem phơi cho khô.

Together they washed all the paint and glue from Jimmy's pants and hung them to dry.

Trong lúc quay trở lại phòng, Jimmy liếc nhìn vào phòng khách và thấy Thỏ mẹ ở đó.

On the way back to their room, Jimmy gave a quick glance into living room and saw their Mom there.

"Nhìn kìa, Mẹ đang nằm ngủ trên ghế," Jimmy thì thầm với các anh.

"Look, Mom is sleeping on the couch," whispered Jimmy to his brothers.

"Để anh lấy chăn," anh thỏ cả nói rồi chạy về phòng.

"I'll bring my blanket," said the older brother who ran back to their room.

Jimmy đứng nhìn Mẹ cậu đang ngủ. Vào khoảnh khắc ấy cậu nhận ra món quà hoàn hảo nhất dành tặng Mẹ là gì. Cậu mỉm cười.

Jimmy was standing and looking at his Mom sleeping. In that moment he realized what the perfect gift for their Mom should be. He smiled.

"Em có ý này!" Jimmy nói khi anh thỏ cả quay lại cùng tấm chăn.

"I have an idea!" said Jimmy when the oldest brother came back with the blanket.

Cậu thì thầm điều gì đó với các anh và cả ba chú thỏ đều gật đầu, mỉm cười thật tươi.

He whispered something to his brothers and all three bunnies nodded their heads, smiling widely.

Chúng lặng lẽ đi đến ghế rồi lấy chăn đắp cho Mẹ.

Quietly they approached the couch and covered their Mom with the blanket.

Mỗi người hôn nhẹ vào Thỏ mẹ rồi thầm thì, "Chúng con yêu mẹ, Mẹ ơi."

Each of them kissed her gently and whispered, "We love you, Mommy."

Thỏ mẹ mở mắt. "Ồ, mẹ cũng yêu các con," Thỏ mẹ nói, mỉm cười và ôm các con vào lòng.

Mom opened her eyes. "Oh, I love you too," she said, smiling and hugging her sons.

Sáng hôm sau, ba chú thỏ thức dậy rất sớm để chuẩn bị món quà bất ngờ dành cho Mẹ.

The next morning, the three bunny brothers woke up very early to prepare their surprise present for Mom.

Chúng đánh răng, xếp dọn giường chiếu gọn gàng và sắp xếp hết đồ chơi vào đúng chỗ.

They brushed their teeth, made their beds perfectly and checked that all the toys were in place.

Sau đó, chúng sang phòng khách để lau bụi và quét sàn nhà.

After that, they headed to the living room to clean the dust and wash the floor.

Tiếp theo, chúng đi vào bếp.

Next, they came into the kitchen.

"Anh sẽ làm món bánh mì nướng Mẹ thích với mứt dâu tây," anh thỏ cả nói, "còn em, Jimmy, vắt cho mẹ nước cam tươi nhé."

"I'll prepare Mom's favorite toasts with strawberry jam," said the oldest brother, "and you, Jimmy, can make her fresh orange juice."

"Em sẽ ra vườn hái ít hoa," anh thỏ thứ hai nói và đi ra cửa.

"I'll bring some flowers from the garden," said the middle brother who went out the door.

Khi chuẩn bị đồ ăn sáng xong, các chú thỏ lau chén đĩa rồi trang trí nhà bếp với hoa và bóng bay.

When breakfast was ready, the bunnies washed all the dishes and decorated the kitchen with flowers and balloons.

Anh em nhà thỏ vui vẻ cầm thiệp, hoa và bữa sáng ngon lành đi vào phòng Thỏ Bố Mẹ

The happy bunny brothers entered Mom and Dad's room holding the birthday card, the flowers and the fresh breakfast.

Thỏ mẹ đang ngồi trên giường.Bà mỉm cười khi nghe các con vừa hát bài "Chúc mừng sinh nhật" vừađi vào phòng.

Mom was sitting on the bed. She smiled as she heard her sons singing "Happy Birthday," while they entered the room.

"Chúng con yêu mẹ, Mẹ ơi," chúng cùng nhau reo vang.

"We love you, Mom," they screamed all together.

"Mẹ cũng yêu các con," Thỏ mẹ nói, hôn các con. "Đây là sinh nhật vui nhất mẹ từng có!"

 "I love you all too," said Mom, kissing all her sons. "It's my best birthday ever!"

"Mẹ chưa nhìn thấy hết mọi thứ đâu," Jimmy vừa nói vừa nháy mắt với các anh. *"Mẹ phải kiểm tra nhà bếp và phòng khách nữa cơ!"*

"You haven't seen everything yet," said Jimmy with a wink to his brothers. "You should check the kitchen and the living room!"

CPSIA information can be obtained
at www.ICGtesting.com
Printed in the USA
LVHW021501121220
673925LV00005B/418